PRAYING
WITH S

English, Spanish, Vietnamese, Tagalog

●●●●●●●●●

REZANDO EL ROSARIO
CON LAS SAGRADAS ESCRITURAS

Inglés, Español, Vietnamita, Tagalo

●●●●●●●●●

CẦU NGUYỆN KINH MÂN CÔI
VỚI THÁNH KINH

Qua Các Thứ Tiếng Anh, Tây Ban Nha, Việt, Phi Luật Tân

●●●●●●●●●

PAGROROSARYO
NA MAY MGA PAGBASA SA BIBLIA

Ingles, Espanyol, Vietnamese, Tagalog

●●●●●●●●●

Zachary Wilberding, O.S.B.

☩

LITURGICAL PRESS
Collegeville, Minnesota

www.litpress.org

To our Holy Father, Pope Benedict XVI,
and in memory of Pope John Paul II

Cover design by Joachim Rhoades, o.s.b.

Translators: Renée Domeier, o.s.b. (Spanish); Lucia Le Phuong Dung, o.s.b. (Vietnamese); Desiderio Ching, c.m.f. (Tagalog).

Consultants: Gerardo Rodríguez-Galarza (Spanish), Thanh Uyen Do, a.h.c. (Vietnamese); Ian Shelley Alabanza, c.m.f. (Tagalog).

1	2	3	4	5	6	7	8

Library of Congress Cataloging-in-Publication Data

Wilberding, Zachary.
    Praying the rosary with Scripture : English, Spanish, Vietnamese, Tagalog = Rezando el rosario con las Sagradas Escrituras : inglés, español, vietnamita, tagalo = Cầu Nguyện Kinh Mân Côi Với Thánh Kinh : qua các thứ tiếng Anh, Tây Ban Nha, Việt, Phi Luật Tân = Pagrorosaryo na may mga pagbasa sa Biblia : Ingles, Espanyol, Vietnamese, Tagalog / Zachary Wilberding.
    p. cm.
    Summary: "Explains how the mysteries of the rosary (Joyful, Luminous, Sorrowful, Glorious) are prayed; includes basic prayers and suggested meditations from the Bible"—Provided by publisher.
    Includes bibliographical references and index.
    ISBN-13: 978-0-8146-1825-7 (pbk. : alk. paper)
    ISBN-10: 0-8146-1825-1 (pbk. : alk. paper)
    1. Rosary.   I. Title.   II. Title: Rezando el rosario con las Sagradas Escrituras. III. Title: Cầu Nguyện Kinh Mân Côi Với Thánh Kinh.   IV. Title: Pagrorosaryo na may mga pagbasa sa Biblia.

BX2163.W45   2005
242'.74—dc22

2004031116

❧❧❧❧❧❧❧❧❧❧

❧❧❧❧❧❧❧❧❧❧

Contents

Introduction   6

Prayers of the Rosary   10

How to Pray the Rosary   20

The Mysteries of the Rosary

  Joyful Mysteries   24

  Luminous Mysteries (Mysteries of Light)   28

  Sorrowful Mysteries   32

  Glorious Mysteries   36

Índice

Introducción   6

Las Oraciones del Rosario   10

Como Rezar el Rosario   20

Los Misterios del Rosario

  Misterios gozosos   24

  Misterios luminosos (Misterios de luz)   28

  Misterios dolorosos   32

  Misteriosos gloriosos   36

Mục Lục

Phần Mở Đầu   7

Kinh Mân Côi   11

Cách Đọc Kinh Mân Côi   21

Các Mầu Nhiệm Kinh Mân Côi
  Năm Sự Vui   25
  Năm Sự Sáng   29
  Năm Sự Thương   33
  Năm Sự Mừng   37

Nilalaman

Introduksyon   7

Mga Panalangin sa Pagrorosaryo   11

Paano Magrosaryo   21

Ang Mga Misteryo ng Rosaryo
  Mga Misteryo ng Tuwa   25
  Mga Misteryo ng Liwanag   29
  Mga Misteryo ng Hapis   33
  Mga Misteryo ng Luwalhati   37

Introduction

The rosary is a way of prayer in which we join with Mary, the mother of Jesus, in praying to God as we meditate on the life of Jesus. This prayer consists of reminding ourselves of various parts of Jesus' life called "mysteries" and reflecting on those mysteries as we pray the Hail Mary prayer. They are called mysteries because they are things on which we can reflect and ponder to help us grow in our love of Jesus. This reflection can enrich our encounter with Jesus in word and sacrament at Mass. Over the centuries it became the custom to pray the rosary using one of three sets of mysteries: the Joyful Mysteries, the Sorrowful Mysteries, and the Glorious Mysteries. In the year 2000, Pope John Paul II (+ 2005) composed a fourth set of mysteries: the Mysteries of Light or Luminous Mysteries. These mysteries lead us to reflect on events in Jesus' ministry.

Mary had the privilege of bearing Jesus, our Savior, in her body and of caring for him as a child. She is his first disciple, and she leads us to

●◦●◦●◦●◦●◦●◦●

Introducción

El rosario es un método de orar en la cual nos reunimos con María, la madre de Jesús, para rezarle a Dios mientras meditamos sobre la vida de Jesús. Esta oración consiste en recordarnos sobre varias etapas de la vida de Jesús que llamamos "misterios" y reflexionar en esos misterios mientras rezamos el "Ave, María." Se llaman misterios porque, al reflexionar y meditarlos, nos pueden ayudar a profundizar nuestro amor hacia Jesús. Esta reflexión puede enriquecer nuestro encuentro con Jesús en la Palabra y en el Sacramento durante la Misa. Por los siglos, se hizo costumbre rezar el rosario usando uno de los tres grupos de misterios: los Misterios gozosos, dolorosos y gloriosos. En el año 2000, el Papa Juan Pablo II (+ 2005) compuso un cuarto grupo de misterios: los Misterios de luz o Misterios luminosos. Estos nos invitan reflexionar en los eventos del ministerio de Jesús.

María tuvo el privilegio de llevar a Jesús, nuestro Salvador, en su vientre y de cuidarlo como niño. Ella es la primera discípula, es ella quien nos guía a Jesús y es ella quien intercede a él en nombre de nosotros. Recuer-

Phần Mở Đầu

Kinh Mân Côi là một cách cầu nguyện, qua đó, chúng ta cùng với Đức Maria, Mẹ Chúa Giêsu cầu nguyện cùng Thiên Chúa bằng cách suy niệm về cuộc đời Chúa Giêsu. Kinh này nhắc chúng ta nhớ về những chặng đường trong cuộc đời Chúa Giêsu, thường được gọi là "các mầu nhiệm," cùng với việc ngẫm nghĩ về các mầu nhiệm ấy khi chúng ta đọc Kinh Kính Mừng. Được gọi là những mầu nhiệm vì đó là những biến cố mà chúng ta có thể suy nghĩ, nghiền ngẫm nhằm giúp chúng ta lớn lên trong tình yêu đối với Đức Giêsu. Việc nghiền ngẫm này có thể giúp chúng ta gặp gỡ Đức Giêsu phong phú hơn qua lời Ngài và bí tích trong Thánh Lễ. Qua bao nhiêu thế kỷ, việc đọc Kinh Mân Côi đã trở nên thói quen dùng một trong ba chuỗi các mầu nhiệm sau đây: Năm Sự Vui, Năm Sự Thương, và Năm Sự Mừng. Trong Năm Thánh 2000, Gioan Phaolô II (+ 2005) đã soạn thêm chuỗi thứ tư: Năm Sự Sáng hoặc các mầu nhiệm ánh sáng. Các mầu nhiệm này đưa chúng ta đến chỗ suy niệm về các biến cố trong sứ vụ của Đức Giêsu.

❦❦❦❦❦❦❦❦❦

Introduksyon

Paraan ng pagdarasal ang pagrorosaryo kung saan tayo nakikiisa kay Maria sa pananalangin sa Diyos habang pinagninilayan natin ang buhay ni Jesus na kanyang Anak. Sa panalanging ito natin inaalaala ang iba't ibang bahagi ng buhay ni Jesus, na tinatawag na "mga misteryo," at pinagninilayan natin ang mga misteryong iyon habang dinarasal ang Aba Ginoong Maria. Tinatawag nating misteryo ang mga iyon dahil mga pangyayaring naganap sa buhay ni Jesus ang mga iyon, na mapagninilayan natin at mababalik-balikan upang lalong mapamahal sa atin si Jesus. Pinatitindi ng pagninilay na ito ang pakikipagtagpo natin kay Jesus sa salita at sakramento sa Misa. Sa loob ng mga dantaon, naging kaugalian na ang pagrorosaryo ng isa sa tatlong misteryo: ang Mga Misteryo ng Tuwa, Mga Misteryo ng Hapis, at Mga Misteryo ng Luwalhati. Sa taong 2000, binuo ni Papa Juan Pablo II (+ 2005) ang ikaapat na mga misteryo: ang Mga Misteryo ng Liwanag o Mga Maningning na Misteryo. Inihahatid tayo ng mga misteryong ito sa pagninilay sa mga pangyayari sa gawain ni Jesus.

him and prays to him on our behalf. Remember that at the wedding in Cana Jesus performed the first miracle of his earthly ministry in response to a comment from Mary (John 2:1-11).

The rosary is a special part of the Catholic tradition and a great help to the spiritual life. Christians outside the Roman Catholic Church can and do find the rosary a helpful form of prayer. It is for everyone and it is prayed by all kinds of people all over the world. This simple prayer can be another sign of our unity with Christians everywhere.

In the section of this booklet on the mysteries of the rosary a Scripture reference and short quotation is given for each mystery. Our prayer will be greatly aided by turning to the word of God in the Holy Bible, the Scriptures.

❀❀❀❀❀❀❀❀❀

den que al momento de la boda en Caná (Juan 2:1-11), Jesús hizo el primer milagro de su ministerio terrestre como respuesta a la petición de María.

El rosario es una parte especial de nuestra tradición católica y una gran ayuda a la vida espiritual. Los cristianos afuera de la Iglesia romana, católica, no solamente pueden sino también encuentran que el rosario es una forma provechosa de orar. El rosario es para todos, y la gente alrededor del mundo lo reza. Esta oración tan sencilla puede servir como otra señal de la unidad entre cristianos en todas partes.

En la sección de este libro donde tratamos los misterios del rosario, incluimos una breve referencia y cita bíblica para cada misterio. Nuestra vida de oración será enriquecida enormemente al dirigirnos hacia la Palabra de Dios, las Sagradas Escrituras.

Đức Maria đã được đặc ân cưu mang Đức Giêsu nơi thân mình Người và chăm sóc Ngài trong những tháng năm còn thơ ấu. Mẹ chính là người môn đệ đầu tiên và là người dẫn chúng ta đến với Đức Giêsu để rồi cầu thay nguyện giúp cho chúng ta. Hãy nhớ trong tiệc cưới Cana, Đức Giêsu đã thực hiện phép lạ đầu tiên trong sứ vụ trần gian của Ngài để đáp lại lời cầu xin của Đức Maria (Gioan 2:1-11).

Kinh Mân Côi là một phần đặc biệt của Truyền Thống Công Giáo và là một sự trợ giúp đắc lực cho đời sống thiêng liêng. Các Kitô hữu ngoài Giáo Hội Công Giáo Rôma có thể dùng Kinh Mân Côi và chắc chắn tìm thấy nơi đó một hình thức cầu nguyện thật hữu ích. Kinh Mân Côi dành cho mọi người và tất cả mọi người đều có thể dùng kinh này để cầu nguyện. Lời kinh đơn sơ này có thể là một dấu hiệu nói lên sự hiệp nhất của các Kitô hữu ở khắp nơi.

Trong đoạn của tập sách này nói về Kinh Mân Côi đều trích dẫn một câu Kinh Thánh và một đoạn trích ngắn dành cho mỗi mầu nhiệm. Lời cầu nguyện của chúng ta sẽ được trợ giúp đắc lực nhờ quy hướng về Lời Chúa trong sách Thánh, Kinh Thánh.

●◎●◎●◎●◎●◎

Pinagpala si Maria sa pagdadala niya sa kanyang sinapupunan kay Jesus, na ating Tagapagligtas, at sa pag-aaruga niya sa kanya sa kanyang kamusmusan. Siya ang kanyang unang alagad, at sa kanya niya tayo in-ihahatid at sa kanya rin siya dumadalangin alang-alang sa atin. Alala-hanin natin na sa kasalan sa Kana (Juan 2:1-11), ginawa ni Jesus ang una niyang himala bilang tugon sa sinabi ni Maria.

Espesyal na bahagi ng tradisyon nating mga Katoliko ang rosaryo at malaking tulong sa buhay-espirituwal. Para sa mga Kristiyano sa labas ng Simbahang Katoliko Romano, maaari ring maging kapaki-pakinabang na paraan ng pagdarasal ang rosaryo, ayon sa naranasan na ng marami sa kanila. Para sa lahat ang rosaryo at dinarasal ito ng lahat ng klase ng tao sa buong mundo. Maaaring maging isa pang tanda ng ating pagkakaisa bilang mga Kristiyano sa lahat ng dako ang simpleng panalanging ito.

Sa bahagi ng munting aklat na ito tungkol sa mga misteryo ng rosaryo, may maikling pagbasa mula sa Biblia para sa bawat misteryo kasama ang kaukulang reperensya. Higit tayong makapananalangin nang taimtim kung pagninilayan natin ang Salita ng Diyos sa Biblia, ang Banal na Kasulatan.

Prayers of the Rosary

The rosary consists of several prayers[1] that are said in a certain order given in the next section. The prayers are:

The Sign of the Cross

In the name of the Father, ✝
and of the Son,
and of the Holy Spirit. Amen.

As we say this we trace a cross by touching a finger or fingers of the right hand to the forehead, the chest, the left shoulder, and then the right shoulder.

[1] The texts of the Sign of the Cross, Apostles' Creed, and Our Father are from the Roman Sacramentary. The text of the Praise of the Holy Trinity, from *The Liturgy of the Hours*, is according to the Roman Rite. The text of the Hail Mary is adapted from *A Treasury of Prayers* (Collegeville: Liturgical Press, n.d.). The text of the Hail, Holy Queen (with conclusion) is adapted from *Catholic Prayer Book* (New York: Walker and Company, 1991). Other forms of these prayers may also be used.

Las Oraciones del Rosario

El rosario consiste de varias oraciones[1] hechas en un orden en específico como se encuentran en la siguiente sección:

La Señal de la Cruz

En el nombre del Padre ✝
y del Hijo,
y del Espíritu Santo. Amén.

Mientras rezamos la Señal de la Cruz, trazamos una cruz, con un dedo o dedos de la mano derecha, tocando la frente, el pecho, el hombro izquierdo, y luego, el hombro derecho.

[1] Los textos de la Señal de la Cruz, el Credo de los Apóstoles, el Padre Nuestro, el Ave María, el Gloria al Padre, y la Salve se pueden encontrar en *Oracional Bilingüe,* editado por el Padre Jorge Perales (Liturgical Press, Collegeville, Minnesota 56321-7500). La oración final es tradicional; se puede usar otras.

Kinh Mân Côi

Kinh Mân Côi gồm có vài bài kinh đọc theo một thứ tự. Những bài kinh này được đọc như sau :

Dấu Thánh Giá

Nhân danh Cha, ☩
    và Con,
    và Thánh Thần.
    Amen.

Khi đọc những lời này, chúng ta làm dấu bằng một hay vài ngón tay phải từ trán, xuống ngực, rồi vai trái sang phải.

[1]Các Bản Kinh Dấu Thánh Giá, Kinh Tin Kính Các Tông Đồ, Kinh Lạy Cha, Kinh Sáng Danh, Kinh Kính Mừng, Kinh Lạy Nữ Vương, và Lời Cầu Nguyện Kết theo Truyền Thống rất thường đọc, được trích từ *Phụng Vụ & Bí Tích*, Giáo Xứ Đức Mẹ LaVang, 5404 N.E. Alameda Dr., Portland, Ore. 97213.

<hr>

Mga Panalangin sa Pagrorosaryo

May iba't ibang panalangin ang rosaryo[1] na dinarasal ayon sa pagkakasunud-sunod ng mga iyon. Narito ang mga panalangin:

Ang Tanda ng Krus

Sa ngalan ng Ama, ☩
    at ng Anak,
    at ng Espiritu Santo.
    Amen.

Kasabay ng pagsasabi natin nito, inilalagay natin ang daliri o mga daliri ng kanang kamay sa noo, sa dibdib, sa kaliwang balikat, at pagkatapos ay sa kanang balikat.

[1] Mula sa *Aklat ng Pagmimisa sa Roma* ang mga teksto ng Tanda ng Krus, Pananam-palataya ng Mga Apostol, at Ama Namin, at mula naman sa *Panalangin ng Mga Kristiyano sa Maghapon* ang teksto ng Luwalhati sa Ama. Tradisyunal na salin ang iba pang mga panalangin. Makagagamit din ng iba pang bersyon ng mga panalanging ito.

Apostles' Creed

I believe in God, the Father almighty,
    creator of heaven and earth.
I believe in Jesus Christ, his only Son, our Lord.
    He was conceived by the power of the Holy Spirit
    and born of the Virgin Mary.
He suffered under Pontius Pilate,
    was crucified, died, and was buried.
He descended to the dead.
On the third day he rose again. He ascended into heaven,
    and is seated at the right hand of the Father.
He will come again to judge the living and the dead.
I believe in the Holy Spirit,
    the holy catholic church,
    the communion of saints,
    the forgiveness of sins,
    the resurrection of the body, and the life everlasting.
Amen.

○●○●○●○●○●○

El Credo de los Apóstoles

Creo en Dios, Padre todopoderoso,
    Creador del cielo y de la tierra.
Creo en Jesucristo, su único Hijo, nuestro Señor,
    que fue concebido por obra y gracia del Espíritu Santo,
    nació de santa María Virgen,
    padeció bajo el poder de Poncio Pilato,
    fue crucificado, muerto y sepultado,
    descendió a los infiernos,
    al tercer día resucitó de entre los muertos,
    subió a los cielos
    y está sentado a la derecha de Dios, Padre todopoderoso.
    Desde allí ha de venir a juzgar a vivos y muertos.
Creo en el Espíritu Santo,
    la santa Iglesia católica,
    la comunión de los santos,
    el perdón de los pecados,

Kinh Tin Kính Các Tông Đồ

Tôi tin kính Đức Chúa Trời là Cha phép tắc vô cùng,
   dựng nên trời đất.
Tôi tin kính Đức Chúa Giêsu Kitô, là Con Một Đức Chúa Cha
     cùng là Chúa chúng tôi.
Bởi phép Đức Chúa Thánh Thần mà Người xuống thai,
   sinh bởi bà Maria Đồng Trinh,
    chịu nạn thời quan Phong-xi-ô Phi-la-tô,
    chịu đóng đinh trên cây thánh giá, chết và táng xác,
    xuống ngục tổ tông.
Ngày thứ ba bởi trong kẻ chết mà sống lại,
   lên trời ngự bên hữu Đức Chúa Cha phép tắc vô cùng,
    ngày sau bởi trời lại xuống phán xét kẻ sống và kẻ chết.
Tôi tin kính Đức Chúa Thánh Thần,
   tôi tin có Hội Thánh hằng có ở khắp thế này,
   các thánh thông công,
   tôi tin phép tha tội,
   tôi tin xác loài người ngày sau sống lại,

———

Pananampalataya ng Mga Apostol

Sumasampalataya ako sa Diyos Amang makapangyarihan sa lahat
   na may gawa ng langit at lupa.
Sumasampalataya ako kay Jesucristo, iisang Anak ng Diyos, Panginoon
    nating lahat.
   Nagkatawang-tao siya lalang ng Espiritu Santo,
    ipinanganak ni Santa Mariang Birhen.
   Pinagpakasakit siya ni Poncio Pilato,
    ipinako sa krus, namatay, inilibing.
   Nanaog sa kinaroroonan ng mga yumao.
   Nang may ikatlong araw, nabuhay na mag-uli,
   Umakyat sa langit.
   Naluluklok sa kanan ng Diyos Amang makapangyarihan sa lahat.
   Doon magmumulang paririto
    at huhukom sa nangabubuhay at nangamatay na tao.
Sumasampalataya naman ako sa Diyos Espiritu Santo,
   sa banal na Simbahang Katolika,
   sa kasamahan ng mga banal,

Our Father

Our Father, who art in heaven,
hallowed be thy name;
thy kingdom come;
thy will be done on earth as it is in heaven.
Give us this day our daily bread;
and forgive us our trespasses
as we forgive those who trespass against us;
and lead us not into temptation,
but deliver us from evil.
Amen.

Before "Amen" you may add:
For the kingdom, the power, and the glory are yours,
now and forever.

◦◦◦◦◦◦◦◦◦◦◦

la resurrección de la carne,
y la vida eterna.
Amén.

El Padre Nuestro

Padre nuestro, que estás en el cielo,
santificado sea tu Nombre;
venga a nosotros tu reino;
hágase tu voluntad en la tierra como en el cielo.
Danos hoy nuestro pan de cada día;
perdona nuestras ofensas,
como también nosotros perdonamos a los que nos ofenden;
no nos dejes caer en la tentación,
y líbranos del mal.

Se puede añadir, antes del "Amén":
Tuyo es el reino,
Tuyo el poder y la gloria, por siempre, Señor. Amén.

tôi tin hằng sống vậy.
Amen.

Kinh Lạy Cha

Lạy Cha chúng con ở trên trời,
chúng con nguyện Danh Cha cả sáng;
Nước Cha trị đến;
ý Cha thể hiện dưới đất cũng như trên trời.
Xin Cha chúng con hôm nay lương thực hằng ngày;
và tha nợ chúng con
như chúng con cũng tha kẻ có nợ chúng con;
xin chớ để chúng con sa chước cám dỗ,
nhưng cứu chúng con cho khỏi sự dữ.
Amen.

Trước khi "Amen" bạn có thể thêm:
Bởi vì Chúa là Vua, là Đấng quyền năng và vinh hiển muôn đời.

◦◦◦◦◦◦◦◦◦◦

sa kapatawaran ng mga kasalanan,
sa pagkabuhay na muli ng nangamatay na tao,
at sa buhay na walang hanggan.
Amen.

Ama Namin

Ama namin, sumasalangit ka;
sambahin ang Ngalan mo;
mapasaamin ang kaharian mo;
sundin ang loob mo dito sa lupa para nang sa langit.
Bigyan mo kami ngayon ng aming kakanin sa araw-araw
at patawarin mo kami sa aming mga sala
para nang pagpapatawad namin sa nagkakasala sa amin,
at huwag mo kaming ipahintulot sa tukso,
at iadya mo kami sa lahat ng masama.
Amen.

Bago ang "Amen," maaaring idagdag:
Sapagkat iyo ang kaharian at ang kapangyarihan at ang kapurihan
    ngayon at magpakailanman.

Praise of the Holy Trinity

Glory to the Father, and to the Son, and to the Holy Spirit:
as it was in the beginning, is now, and will be forever.
Amen.

Hail Mary

Hail, Mary! full of grace,
the Lord is with thee;
blessed are thou among women,
and blessed is the fruit of thy womb, Jesus.
Holy Mary, Mother of God,
pray for us sinners,
now and at the hour of our death.
Amen.

El Gloria al Padre

Gloria al Padre
y al Hijo
y al Espíritu Santo.
Como era en el principio, ahora y siempre,
y por los siglos de los siglos. Amén.

El Ave María

Dios te salve María, llena eres de gracia;
el Señor es contigo;
Bendita tú eres entre todas las mujeres,
y bendito es el fruto de tu vientre, Jesús.
Santa María, Madre de Dios,
ruega por nosotros pecadores,
ahora y en la hora de nuestra muerte. Amén.

Kinh Sáng Danh

Sáng Danh Đức Chúa Cha, và Đức Chúa Con, và Đức Chúa Thánh Thần,
như đã có trước vô cùng, và bây giờ, và hằng có, và đời đời chẳng cùng.
Amen.

Kinh Kính Mừng

Kinh mừng Maria, đầy ơn phúc,
Đức Chúa Trời ở cùng Bà.
Bà có phúc lạ hơn mọi người nữ,
và Giêsu, Con lòng Bà, gồm phúc lạ.
Thánh Maria Đức Mẹ Chúa Trời,
cầu cho chúng con, là kẻ có tội
khi này và trong giờ lâm tử.
Amen.

❀❀❀❀❀❀❀❀❀❀

Luwalhati (Papuri sa Banal na Santatlo)

Luwalhati sa Ama, at sa Anak, at sa Espiritu Santo:
kapara noong unang-una, ngayon at magpasawalang-hanggan.
Amen.

Aba Ginoong Maria

Aba, Ginoong Maria, napupuno ka ng grasya;
ang Panginoong Diyos ay sumasaiyo!
Bukod kang pinagpala sa babaeng lahat
at pinagpala naman ang iyong Anak na si Jesus.
Santa Maria, Ina ng Diyos,
ipanalangin mo kaming makasalanan,
ngayon at kung kami'y mamamatay.
Amen.

Hail, Holy Queen

Hail, holy Queen, Mother of Mercy!
our life, our sweetness, and our hope!
To thee do we cry, poor banished children of Eve!
To thee do we send up our sighs, mourning and weeping in this vale of
  tears!
Turn then, most gracious advocate, thine eyes of mercy toward us, and
  after this our exile, show to us the blessed fruit of thy womb, Jesus!
O clement, O loving, O sweet Virgin Mary!

Traditional concluding prayer:

℣. Pray for us, O holy Mother of God,
℟. That we may be made worthy of the promises of Christ.

●●●●●●●●●●

La Salve

Dios te salve, Reina y Madre de misericordia,
vida, dulzura y esperanza nuestra; Dios te salve.
A ti llamamos los desterrados hijos de Eva;
a ti suspiramos, gimiendo y llorando
en este valle de lágrimas.
Ea, pues, Señora, abogada nuestra,
vuelve a nosotros esos tus ojos misericordiosos,
y después de este destierro,
muéstranos a Jesús, fruto bendito de tu vientre.
Oh clementísima, Oh piadosa, Oh dulce Virgen María.

Oración tradicional:

℣. Ruega por nosotros, santa Madre de Dios.
℟. Para que seamos dignos de alcanzar las promesas de nuestro Señor
  Jesucristo.

Kinh Lạy Nữ Vương

Lạy Nữ Vương, Mẹ nhân lành,
làm cho chúng con được sống, được vui, được cậy.
Thân lạy Mẹ,
chúng con, con cháu Evà ở chốn khách đày kêu đến cùng Bà,
chúng con ở nơi khóc lóc than thở kêu khẩn Bà thương.
Hỡi ơi! Bà là Chúa bầu chúng con,
xin ghé mắt thương xem chúng con,
đến sau khỏi đầy,
xin cho chúng con được thấy Đức Chúa Giêsu, Con lòng Bà gồm phúc lạ.
Ôi khoan thay! Nhân thay! Dịu thay! Thánh Maria trọn đời đồng trinh.
Amen.

Lời Cầu Nguyện Kết theo Truyền Thống:

X: Lạy Rất Thánh Đức Mẹ Chúa Trời, xin cầu cho chúng con.
Đ: Đáng chịu lấy những sự Chúa Kitô đã hứa.

●◎●◎●◎●◎●◎

Aba Po

Aba po, Santa Mariang Reyna, Ina ng Awa,
ikaw ang kabuhayan at katamisan;
aba, pinananaligan ka namin.
Ikaw nga ang tinatawagan namin, pinapanaw na taong anak ni Eva.
Ikaw rin ang pinagbunbuntuhang-hininga namin
ng aming pagtangis dito sa lupang bayang kahapis-hapis.
Ay aba, pintakasi ka namin,
ilingon mo sa amin ang mga mata mong maawain,
at saka kung matapos yaring pagpanaw sa amin,
ipakita mo sa amin ang iyong Anak na si Jesus.
O magiliw, mahabagin, matamis na Birheng Maria.

Tradisyunal na Pangwakas na Panalangin:

℣. Ipanalangin mo kami, O santang ina ng Diyos,
℟. Nang kami'y maging dapat makinabang sa mga pangako ni
   Jesucristo.

How to Pray the Rosary

1. Holding the crucifix of the rosary with your fingers, pray the sign of the cross with it.
2. Still holding the crucifix, pray the Apostles' Creed.
3. Move to the first single bead after the crucifix and pray the Our Father.
4. Then move to the set of three beads together and pray the Hail Mary on each bead.
5. Move to the next single bead and pray the Praise of the Holy Trinity (Glory to the Father, etc.). Recall the first mystery of the Joyful, Luminous, Sorrowful, or Glorious Mysteries. Reflect on it and then pray the Our Father.
6. Move to the first set of ten beads together, called a "decade," and continuing your reflection on the mystery, pray a Hail Mary on each bead.

Como Rezar el Rosario

1. Al tomar el crucifijo del rosario con los dedos, rece la Señal de la Cruz.
2. Todavía, con el crucifijo en la mano, rece el Credo de los Apóstoles.
3. Tomando la primera cuenta separada después del crucifijo rece el Padre Nuestro.
4. Luego, a las tres cuentas juntas, rece el Ave María en cada cuenta.
5. Siguiendo a la próxima cuenta separada, rece el Gloria al Padre. Recuerde el primer misterio de los Misterios gozosos, dolorosos, gloriosos o luminosos. Reflexione en ese misterio y luego rece el Padre Nuestro.
6. Continúe a la primera decena y siga meditando en el misterio mientras reza el Ave María en cada cuenta.

Cách Đọc Kinh Mân Côi

1. Lấy tay cầm Thánh Giá chuỗi Mân Côi, rồi vừa đọc vừa làm dấu Thánh Giá.
2. Tiếp tục cầm Thánh Giá, đọc Kinh Tin Kính.
3. Lần hạt đầu tiên ngay sau Thánh Giá và đọc Kinh Lạy Cha.
4. Hạt kế tiếp đọc Kinh Kính Mừng.
5. Và hạt cuối cùng đọc kinh Sáng Danh (Sáng Danh Đức Chúa Cha v.v . . .). Nhớ lại mầu nhiệm thứ nhất của Năm Sự Vui, Năm Sự Sáng, Năm Sự Thương, hay Năm Sự Mừng. Suy niệm từng mầu nhiệm, rồi đọc Kinh Lạy Cha.
6. Lần mười hạt kế tiếp nhau, gọi là "một chục." Tiếp tục suy gẫm Năm Mầu Nhiệm, rồi đọc Kinh Kính Mừng trên mỗi hạt.

Paano Magrosaryo

1. Hawakan ang krusipiho ng rosaryo at gawin ang tanda ng krus habang hawak ito.
2. Habang hawak pa rin ang krusipiho, dasalin ang Pananampalataya ng mga Apostol.
3. Hawakan ngayon ang unang butil ng rosaryo, na kasunod ng krusipiho at dasalin ang Ama Namin.
4. Aba Ginoong Maria naman ang darasalin sa bawat isa sa tatlong magkakasunod na butil.
5. Sa nag-iisang butil, dasalin ang Luwalhati (Papuri sa Banal na Santatlo). Alalahanin ang unang misteryo sa mga Misteryo ng Tuwa, Liwanag, Hapis, o Luwalhati. Pagnilayan iyon at dasalin ang Ama Namin.
6. Sa unang magkakasunod na sampung butil, na tinatawag na "dekada," ipagpatuloy ang pagninilay sa misteryo habang dinarasal ang Aba Ginoong Maria sa bawat butil.

7. Move to the next single bead and pray the Praise of the Holy Trinity prayer. Reflect on the next mystery in the set (Joyful, Luminous, Sorrowful, or Glorious).
8. Repeat steps 5, 6, and 7 above for each decade (group of ten beads together).
9. After praying the fifth decade, pray the Praise of the Holy Trinity prayer, then the Hail Holy Queen Prayer.
10. If you are new to the rosary this may seem a bit complicated. Don't worry about mistakes in the procedure. It comes with time. The important thing is to set your heart on praying to our loving God.

●◦●◦●◦●◦●◦●

7. En la próxima cuenta separada rece el Gloria al Padre. Reflexione en el segundo misterio de los Misterios gozosos, dolorosos, gloriosos o luminosos, dependiendo de cual misterio ha escogido.
8. Repita los pasos 5, 6, y 7 para cada decena.
9. Después de haber rezado la quinta decena, rece el Gloria al Padre y después La Salve como se lee arriba.
10. Si es la primera vez que reza el Rosario, todo esto puede ser un poco complicado. No se preocupe; después de rezarlo varias veces, el proceso va a ser más fácil. Lo importante es dirigir su corazón hacia nuestro Dios amoroso.

7. Tiếp tục lần hạt và đọc Kinh Sáng Danh (Sáng Danh Đức Chúa Cha v.v . . .). Suy niệm về mầu nhiệm kế tiếp trong từng chuỗi Năm Mầu Nhiệm (Vui, Sáng, Thương, hay Mừng).

8. Lập lại các bước 5, 6, và 7 trên đây cho từng chục một.

9. Sau khi đọc xong chục thứ năm, đọc Kinh Sáng Danh (Sáng Danh Đức Chúa Cha v.v . . .), Kinh Lạy Nữ Vương, và sau cùng đọc lời cầu nguyện kết thúc như trên đây.

10. Nếu bạn mới bắt đầu đọc Kinh Mân Côi, bạn có thể thấy hơi phức tạp. Đừng lo nếu có đọc sai chút ít thứ tự. Từ từ rồi bạn sẽ quen. Điều quan trọng là để lòng mình vào lời cầu nguyện với Chúa, Đấng yêu dấu của chúng ta.

●◎●◎●◎●◎●◎

7. Sa kasunod na nag-iisang butil, dasalin ang Luwalhati (Papuri sa Banal na Santatlo). Pagnilayan ang kasunod na misteryo (Tuwa, Liwanag, Hapis, o Luwalhati).

8. Ulitin ang mga hakbang 5, 6, at 7 sa itaas para sa bawat dekada (magkakasamang sampung butil).

9. Pagkadasal ng ikalimang dekada, dasalin ang Luwalhati Papuri sa Banal na Santatlo), Aba Po, at pinakahuli ang pangwakas na panalangin na mababasa sa itaas.

10. Medyo kumplikado kung bago ka pa lamang nagrorosaryo. Huwag mong problemahin kung magkamali ka man sa pamamaraan. Matututuhan mo rin ito. Ang mahalaga'y maituon mo ang iyong puso sa pagdalangin at pagmamahal sa Diyos.

The Mysteries of the Rosary

JOYFUL MYSTERIES

1. The Annunciation   *Luke 1:30-31, 38*
"Then the angel said to her, 'Do not be afraid, Mary, for you have found favor with God. Behold, you will conceive in your womb and bear a son, and you shall name him Jesus . . . ' Mary said, 'Behold, I am the handmaid of the Lord. May it be done to me according to your word.'"

Longer Bible reference: Luke 1:26-38

2. The Visitation   *Luke 1:41-42, 45*
"When Elizabeth heard Mary's greeting, the infant leaped in her womb, and Elizabeth, filled with the Holy Spirit, cried out in a loud voice and said, 'Most blessed are you among women, and blessed is the fruit of your womb . . . Blessed are you who believed that what was spoken to you by the Lord would be fulfilled.'"

Longer Bible reference: Luke 1:39-45

●●●●●●●●●●

Los Misterios del Rosario

MISTERIOS GOZOSOS

1. La Anunciación   *San Lucas 1:30-31, 38*
"Pero el ángel le dijo: 'No temas, María, porque has encontrado el favor de Dios. Concebirás en tu seno y darás a luz un hijo, al que pondrás el nombre de Jesús . . . ' Dijo María: 'Yo soy la servidora del Señor, hágase en mí tal como has dicho.'"

Referencia Bíblica más larga: San Lucas 1:26-38

2. La Visitación   *San Lucas 1:41-42, 45*
"Al oír Isabel su saludo, el niño dio saltos en su vientre. Isabel se llenó del Espíritu Santo y exclamó en alta voz: '¡Bendita tú eres entre las mujeres y bendito el fruto de tu vientre! . . . ¡Dichosa tú por haber creído que se cumplirían las promesas del Señor!'"

Referencia Bíblica más larga: San Lucas 1:39-45

Các Mầu Nhiệm Kinh Mân Côi

NĂM SỰ VUI

1. Truyền Tin   *Thánh Luca 1:30-31, 38*

"Sứ thần liền nói: 'Thưa bà Maria, xin đừng sợ, vì bà đẹp lòng Thiên Chúa. Và này đây bà sẽ thụ thai, sinh hạ một con trai, và đặt tên là Giêsu . . . ' Bấy giờ bà Maria nói: 'Vâng tôi đây là nữ tỳ của Chúa, xin Chúa cứ làm cho tôi như lời sứ thần nói.'"

Ngắm dài theo Phúc âm Thánh Luca 1:26-38

2. Đức Mẹ Đi Viếng   *Thánh Luca 1:41-42, 45*

"Bà Elisabet vừa nghe tiếng bà Maria chào, thì đứa con trong bụng nhảy lên, và bà được đầy tràn Thánh Thần, liền kêu lớn tiếng và nói rằng: 'Em được chúc phúc hơn mọi người phụ nữ, và người con em đang cưu mang cũng được chúc phúc. Em thật có phúc, vì đã tin rằng Chúa sẽ thực hiện những gì Người đã nói với em.'"

Ngắm dài theo Phúc âm Thánh Luca 1:39-45

●●●●●●●●●●

Ang Mga Misteryo ng Rosaryo

MGA MISTERYO NG TUWA

1. Ang Pagbabalita ng Anghel   *Lucas 1:30-31, 38*

"At sinabi ng anghel sa kanya: 'Huwag kang matakot, Maria, dahil may magandang niloloob ang Diyos para sa iyo. At ngayo'y maglilihi ka at manganganak ng isang lalaki na pangangalanan mong Jesus . . . ' Sinabi naman ni Maria: 'Narito ang utusan ng Panginoon, mangyari nawa sa akin ang iyong sinabi.'"

Mas mahabang reperensya sa Biblia: Lucas 1:26-38

2. Ang Pagdalaw   *Lucas 1:41-42, 45*

"Nang marinig ni Elizabeth ang bati ni Maria, sumikad ang sanggol sa sinapupunan niya, at napuspos ng Espiritu Santo si Elizabeth at malakas siyang sumigaw at sinabi: 'Lubos kang pinagpala sa mga kababaihan. Pinagpala rin ang bunga ng iyong sinapupunan! . . . Pinagpala ang naniniwalang magaganap ang mga sinabi sa kanya ng Panginoon.'"

Mas mahabang reperensya sa Biblia: Lucas 1:39-45

3. The Birth of Jesus *Luke 2:6-7*

"While they were there, the time came for her to have her child, and she gave birth to her firstborn son. She wrapped him in swaddling clothes and laid him in a manger, because there was no room for them in the inn."

Longer Bible reference: Luke 2:1-20

4. The Presentation of Jesus in the Temple *Luke 2:22-23*

"When the days were completed for their purification according to the law of Moses, they took him up to Jerusalem to present him to the Lord, just as it is written in the law of the Lord."

Longer Bible reference: Luke 2:22-38

5. Finding the Boy Jesus in the Temple *Luke 2:49-50*

"And [Jesus] said to them, 'Why were you looking for me? Did you not know that I must be in my Father's house?' But they did not understand what he said to them."

Longer Bible reference: Luke 2:41-50

●●●●●●●●●●

3. El Nacimiento de Jesús *San Lucas 2:6-7*

"Mientras estaban en Belén, llegó para María el momento del parto y dio a luz a su hijo primogénito. Lo envolvió en pañales y lo acostó en un pesebre, pues no había lugar para ellos en la sala principal de la casa."

Referencia Bíblica más larga: San Lucas 2:1-20

4. La Presentación de Jesús en el Templo *San Lucas 2:22-23*

"Asimismo, cuando llegó el día en que, de acuerdo con la Ley de Moisés, debían cumplir el rito de la purificación, llevaron al niño a Jerusalén para presentarlo al Señor, tal como está escrito en la Ley del Señor . . . "

Referencia Bíblica más larga: San Lucas 2:22-38

5. El Niño Hallado en el Templo *San Lucas 2:49-50*

"El [Jesús] les contestó: '¿Y por qué me buscaban? ¿No saben que yo debo estar donde mi Padre?' Pero ellos no comprendieron esta respuesta."

Referencia Bíblica más larga: San Lucas 2:41-50

3. Chúa Giêsu Giáng Sinh   *Thánh Luca 2:6-7*

"Khi hai người đang ở đó, thì bà Maria đã tới ngày mãn nguyệt khai hoa. Bà sinh con trai đầu lòng, lấy tã bọc con, rồi đặt nằm trong máng cỏ, vì hai ông bà không tìm được chỗ trong nhà trọ."

Ngắm dài theo Phúc âm Thánh Luca 2:1-20

4. Dâng Chúa Giêsu Trong Đền Thánh   *Thánh Luca 2:22-23*

"Khi đã đến ngày lễ thanh tẩy của các ngài theo luật Môsê, bà Maria và ông Giuse đem con lên Giêrusalem, để tiến dâng cho Chúa."

Ngắm dài theo Phúc âm Thánh Luca 2:22-38

5. Tìm Thấy Trẻ Giêsu Trong Đền Thánh   *Thánh Luca 2:49-50*

"Và [Đức Giêsu] đáp: 'Sao cha mẹ lại tìm con? Cha mẹ không biết là con có bổn phận ở nhà của Cha con sao?' Nhưng ông bà không hiểu lời Người vừa nói.'"

Ngắm dài theo Phúc âm Thánh Luca 2:41-50

⬢⬢⬢⬢⬢⬢⬢⬢⬢

3. Ang Kapanganakan ni Jesus   *Lucas 2:6-7*

"Habang naroon sila, dumating ang sandali ng panganganak ni Maria. At nagsilang siya ng isang lalaki na kanyang panganay. Binalot ito ng lampin at inihiga sa sabsaban—dahil walang lugar para sa kanila sa bahay."

Mas mahabang reperensya sa Biblia: Lucas 2:1-20

4. Ang Paghahain kay Jesus sa Templo   *Lucas 2:22-23*

"Nang dumating na ang araw ng paglilinis nila ayon sa Batas ni Moises, dinala ang sanggol sa Jerusalem para iharap sa Panginoon, tulad ng nasusulat sa Batas ng Panginoon."

Mas mahabang reperensya sa Biblia: Lucas 2:22-38

5. Ang Pagkatagpo sa Batang Jesus sa Templo   *Lucas 2:49-50*

"Ngunit sinabi [ni Jesus] sa kanila: 'At bakit ninyo ako hinahanap? Hindi ba ninyo alam na dapat ay nasa bahay ako ng aking Ama?' Pero hindi nila naintindihan ang sinabi niya sa kanila."

Mas mahabang reperensya sa Biblia: Lucas 2:41-50

LUMINOUS MYSTERIES (MYSTERIES OF LIGHT)

1. The Baptism of Jesus in the Jordan River   *Matthew 3:16-17*
"After Jesus was baptized, he came up from the water and behold, the heavens were opened [for him], and he saw the Spirit of God descending like a dove [and] coming upon him. And a voice came from the heavens, saying, 'This is my beloved Son, with whom I am well pleased.'"

Longer Bible reference: Matthew 3:13-17

2. The Miracle at the Wedding of Cana: Jesus Changes Water into Wine
John 2:11
"Jesus did this as the beginning of his signs in Cana in Galilee and so revealed his glory, and his disciples began to believe in him."

Longer Bible reference: John 2:1-11

3. Jesus Proclaims the Kingdom of God   *Mark 1:14-15*
"After John had been arrested, Jesus came to Galilee proclaiming the gospel of God: 'This is the time of fulfillment. The kingdom of God is at hand. Repent, and believe in the gospel.'"

Longer Bible reference: Matthew 4:12-25

●●●●●●●●●●

MISTERIOS LUMINOSOS (MISTERIOS DE LUZ)

1. El Bautizo de Jesús en el Río Jordán   *San Mateo 3:16-17*
"Una vez bautizado, Jesús salió del agua. En ese momento se abrieron los Cielos y vio al Espíritu de Dios que bajaba como una paloma y se posaba sobre él. Al mismo tiempo se oyó una voz del cielo que decía: 'Este es mi Hijo, el Amado; en él me complazco.'"

Referencial Bíblica más largo: San Mateo 3:13-17

2. El Milagro en las Bodas de Caná: Jesús cambia el agua a vino
San Juan 2:11
"Esta señal milagrosa fue la primera, y Jesús la hizo en Caná de Galilea. Así manifestó su gloria y sus discípulos creyeron en él."

Referencia Bíblica más larga: San Juan 2:1-11

NĂM SỰ SÁNG

1. Chúa Giêsu Chịu Phép Rửa ở Sông Giođan *Thánh Mátthêu 3:16-17*

"Khi Đức Giêsu chịu phép Rửa xong, vừa ở dưới nước lên, thì các tầng trời mở ra. Người thấy Thần Khí Thiên Chúa đáp xuống như chim bồ câu và ngự trên Người. Và có tiếng từ trời phán: 'Đây là Con yêu dấu của Ta, Ta hài lòng về Người.'"

Ngắm dài theo Phúc âm Thánh Mátthêu 3:13-17

2. Phép Lạ tại Tiệc Cưới Cana: Chúa Giêsu Biến Nước thành Rượu
Thánh Gioan 2:11

"Đức Giêsu đã làm dấu lạ đầu tiên này tại Cana miền Galilê và bày tỏ vinh quang của Người. Các môn đệ đã tin vào Người."

Ngắm dài theo Phúc âm Thánh Gioan 2:1-11

3. Chúa Giêsu Rao Giảng Nước Thiên Chúa *Thánh Máccô 1:14-15*

"Sau khi ông Gioan bị nộp, Đức Giêsu đến miền Galilê rao giảng Tin Mừng của Thiên Chúa. Người nói: 'Thời kỳ đã mãn, và triều đại Thiên Chúa đã đến gần. Anh em hãy sám hối và tin vào Tin Mừng.'"

Ngắm dài theo Phúc âm Mátthêu 4:12-25

∘∘∘∘∘∘∘∘∘∘

MGA MISTERYO NG LIWANAG

1. Ang Pagbibinyag kay Jesus sa Ilog Jordan *Mateo 3:16-17*

"Matapos mabinyagan, umahon si Jesus mula sa tubig. At agad na nabuksan ang langit at nakita niya ang Espiritu ng Diyos na bumababang parang kalapati at papunta sa kanya. Narinig kasabay nito ang boses mula sa langit na nagsabi: 'Ito ang aking Anak, ang Minamahal, siya ang aking Hinirang.'"

Mas mahabang reperensya sa Biblia: Mateo 3:13-17

2. Ang Himala sa Kasalan sa Kana: Pinaging-Alak ni Jesus ang Tubig
Juan 2:11

"Ito ang simula ng mga tanda ni Jesus. Ginawa niya ito sa Kana ng Galilea at ibinunyag ang kanyang luwalhati, at nanalig sa kanya ang kanyang mga alagad."

Mas mahabang reperensya sa Biblia: Juan 2:1-11

4. The Transfiguration *Mark 9:2-3, 7*

"And [Jesus] was transfigured before them, and his clothes became dazzling white, such as no fuller on earth could bleach them . . . Then a cloud came, casting a shadow over them; then from the cloud came a voice, 'This is my beloved Son. Listen to him.'"

Longer Bible reference: Mark 9:2-10

5. The Institution of the Eucharist *Matthew 26:26-28*

"While they were eating, Jesus took bread, said the blessing, broke it, and giving it to his disciples said, 'Take and eat; this is my body.' Then he took a cup, gave thanks, and gave it to them, saying, 'Drink from it, all of you, for this is my blood of the covenant, which will be shed on behalf of many for the forgiveness of sins.'"

Longer Bible reference: Matthew 26:17-35

❦❦❦❦❦❦❦❦❦

3. Jesús Proclama la Llegada del Reino de Dios *San Marcos 1:14-15*

"Después de que tomaron preso a Juan, Jesús fue a Galilea y empezó a proclamar la Buena Nueva de Dios. Decía: 'El tiempo se ha cumplido, el Reino de Dios está cerca. Renuncien a su mal camino y crean en la Buena Nueva.'"

Referencia Bíblica más larga: San Mateo 4:12-25

4. La Transfiguración de Jesús *San Marcos 9:2-3 y 7*

"A la vista de ellos su aspecto [Jesús] cambió completamente. Incluso sus ropas se volvieron resplandecientes, tan blancas como nadie en el mundo sería capaz de blanquearlas . . . En eso se formó una nube que los cubrió con su sombra, y desde la nube llegaron estas palabras: 'Este es mi Hijo, el Amado, escúchenlo.'"

Referencia Bíblica más largo: San Marcos 9:2-10

5. La Institución de la Eucaristía *San Mateo 26:26-28*

"Mientras comían, Jesús tomó pan, pronunció la bendición, lo partió y lo dio a sus discípulos, diciendo: 'Tomen y coman; esto es mi cuerpo.' Después tomó una copa, dio gracias y se la pasó diciendo: 'Beban todos de ella: esto es mi sangre, la sangre de la Alianza, que es derramada por muchos, para el perdón de sus pecados.'"

Referencia Bíblica más larga: San Mateo 26:17-35

4. Chúa Giêsu Biến Hình   *Thánh Máccô 9:2-3, 7*

"Và [Đức Giêsu] biến đổi hình dạng trước mắt các ông. Y phục Người trở nên rực rỡ, trắng tinh, không có thợ nào ở trần gian giặt trắng được như vậy . . . Bỗng có một đám mây bao phủ các ông. Và từ đám mây, có tiếng phán rằng: 'Đây là Con Ta yêu dấu, hãy vâng nghe lời Người.'"

Ngắm dài theo Phúc âm Thánh Máccô 9:2-10

5. Lập Phép Thánh Thể   *Thánh Mátthêu 26:26-28*

"Cũng trong bữa ăn, Đức Giêsu cầm lấy bánh, dâng lời chúc tụng, rồi bẻ ra, trao cho môn đệ và nói: 'Anh em cầm lấy mà ăn, đây là mình Thầy.' Rồi Người cầm lấy chén, dâng lời tạ ơn, trao cho môn đệ và nói: 'Tất cả anh em hãy uống chén này, vì đây là máu Thầy, máu Giao Ước, đổ ra cho muôn người được tha tội.'"

Ngắm dài theo Phúc âm Thánh Mátthêu 26:17-35

⸮⸮⸮⸮⸮⸮⸮⸮⸮

3. Ipinahayag ni Jesus ang Paghahari ng Diyos   *Marco 1:14-15*

"Pagkadakip kay Juan, pumunta si Jesus sa Galilea. Doon niya ipinahayag ang magandang balita ng Diyos sa pagsasabing 'Sumapit na ang panahon; magbagong-buhay at maniwala sa magandang balita; lumapit na nga ang Kaharian ng Langit.'"

Mas mahabang reperensya sa Biblia: Mateo 4:12-25

4. Ang Pagbabagong-anyo ni Jesus   *Marco 9:2-3, 7*

"At nagbago ang anyo ni Jesus sa harap nila at kuminang na puting-puti ang kanyang damit, na walang makapaglalabang simputi niyon sa lupa . . . At may ulap na lumilim sa kanila. At narinig mula sa ulap ang salitang ito: 'Ito ang aking Anak, ang Minamahal, pakinggan ninyo siya.'"

Mas mahabang reperensya sa Biblia: Marco 9:2-10

5. Ang Pagtatatag ng Eukaristiya   *Mateo 26:26-28*

"Habang sila'y kumakain, kinuha ni Jesus ang tinapay, at matapos magpuri sa Diyos, pinaghati-hati niya iyon at ibinigay sa mga alagad habang sinasabing 'Kunin ninyo at kanin; ito ang aking katawan.' Pagkatapos ay kinuha niya ang kalis, nagpasalamat siya at ibinigay sa kanila habang sinasabi: 'Inumin ninyong lahat ito sapagkat ito ang aking dugo, ang dugo ng Tipan, na ibinubuhos para sa marami, para sa ikapagpapatawad ng mga kasalanan.'"

Mas mahabang reperensya sa Biblia: Mateo 26:17-35

SORROWFUL MYSTERIES

1. Jesus' Agony in the Garden   *Matthew 26:42*
"My Father, if it is not possible that this cup pass without my drinking it, your will be done!"

Longer Bible reference: Matthew 26:36-46

2. Jesus Is Scourged   *Mark 15:15*
"So Pilate, wishing to satisfy the crowd, released Barabbas to them and, after he had Jesus scourged, handed him over to be crucified."

Longer Bible reference: Mark 15:1-16

3. Jesus Is Crowned with Thorns   *Matthew 27:29-30*
"Weaving a crown out of thorns, they placed it on his head, and a reed in his right hand. And kneeling before him, they mocked him, saying, 'Hail, King of the Jews!' They spat upon him and took the reed and kept striking him on the head."

Longer Bible reference: Matthew 27:27-31

MISTERIOS DOLOROSOS

1. La Agonía en el Huerto   *San Mateo 26:42*
"De nuevo se apartó por segunda vez a orar: 'Padre, si esta copa no puede ser apartada de mí sin que yo la beba, que se haga tu voluntad.'"

Referencia Bíblica más larga: San Mateo 26:36-46

2. Los Azotes a Jesús   *San Marcos 15:15*
"Pilato quiso dar satisfacción al pueblo: dejó, pues, en libertad a Barrabás y sentenció a muerte a Jesús. Lo hizo azotar, y después lo entregó para que fuera crucificado."

Referencia Bíblica más larga: San Marcos 15:1-16

3. La Coronación de Espinas   *San Mateo 27:29-30*
"Después le colocaron en la cabeza una corona que habían trenzado con espinos y en la mano derecha le pusieron una caña. Doblaban la rodilla ante Jesús y se burlaban de él, diciendo: '¡Viva el rey de los judíos!' Le escupían en la cara y con la caña le golpeaban en la cabeza."

Referencia Bíblica más larga: San Mateo 27:27-31

NĂM SỰ THƯƠNG

1. Chúa Giêsu Hấp Hối trong Vườn Dầu *Thánh Mátthêu 26:42*
"Lạy Cha, nếu con cứ phải uống chén này mà không sao tránh khỏi, thì xin vâng ý Cha!"

Ngắm dài theo Phúc âm Thánh Mátthêu 26:36-46

2. Chúa Giêsu Chịu Đánh Đòn *Thánh Máccô 15:15*
"Vì muốn chiều lòng đám đông, ông Philatô phóng thích tên Baraba, truyền đánh đòn Đức Giêsu, rồi trao Người cho họ đóng đinh vào thập giá."

Ngắm dài theo Phúc âm Thánh Máccô 15:1-16

3. Chúa Giêsu Chịu Đội Mạo Gai *Thánh Mátthêu 27:29-30*
"Họ kết một vòng gai làm vương miện đặt lên đầu Người, và trao vào tay mặt Người một cây sậy. Chúng quỳ gối trước mặt Người mà nhạo rằng: 'Vạn tuế Đức Vua dân Do Thái!' Rồi chúng khạc nhổ vào Người và lấy cây sậy mà đập vào đầu Người."

Ngắm dài theo Phúc âm Thánh Mátthêu 27:27-31

❦❦❦❦❦❦❦❦❦

MGA MISTERYO NG HAPIS

1. Ang Paghihirap ni Jesus sa Halamanan *Mateo 26:42*
"Ama, kung hindi ito lalampas at kailangan kong inumin, ang kalooban mo ang matupad."

Mas mahabang reperensya sa Biblia: Mateo 26:36-46

2. Ang Paghagupit kay Jesus *Marco 15:15*
"Sa hangad ni Pilatong bigyang-kasiyahan ang bayan, pinakawalan niya si Barabbas at ipinahagupit naman si Jesus at ibinigay para ipako sa krus."

Mas mahabang reperensya sa Biblia: Marco 15:1-16

3. Ang Pagpuputong kay Jesus ng Koronang Tinik *Mateo 27:29-30*
"At pumilipit sila ng isang koronang tinik, ipinutong ito sa kanyang ulo at inilagay ang isang patpat sa kanyang kanang kamay. At saka sila lumuhod sa harap ni Jesus at nilibak siya sa pagsasabing 'Mabuhay ang Hari ng mga Judio!' Dinuraan nila siya, kinuha ang patpat sa kanyang kamay at inihampas ito sa kanyang ulo.

Mas mahabang reperensya sa Biblia: Mateo 27:27-31

4. Jesus Carries His Cross   *John 19:16-17*

"So they took Jesus, and carrying the cross himself he went out to what is called the Place of the Skull, in Hebrew, Golgotha."

Longer Bible reference: John 19:16-22

5. Jesus Dies on the Cross   *John 19:30*

"When Jesus had taken the wine, he said, 'It is finished.' And bowing his head, he handed over the spirit."

Longer Bible reference: John 19:23-30

●◎◎◎◎◎◎◎◎◎●

4. La Cruz a Cuestas   *San Juan 19:16-17*

"Entonces Pilato les entregó a Jesús para que lo crucificaran. Así fue como se llevaron a Jesús. Cargando con su propia cruz, salió de la ciudad hacia el lugar llamado Calvario *(o de la Calavera),* que en hebreo se dice *Gólgota.*"

Referencia Bíblica más larga: San Juan 19:16-22

5. La Crucifixión: Jesús muere en la cruz   *San Juan 19:30*

"Jesús probó el vino y dijo: 'Todo está cumplido.' Después inclinó la cabeza y entregó el espíritu."

Referencia Bíblica más larga: San Juan 19:23-30

4. Chúa Giêsu Vác Cây Thánh Giá   *Thánh Gioan 19:16-17*

"Vậy họ điệu Đức Giêsu đi. Chính Người vác lấy thập giá đi ra, đến nơi gọi là Cái Sọ, tiếng Hípri là Gôngôtha."

Ngắm dài theo Phúc âm Thánh Gioan 19:16-22

5. Chúa Giêsu Chết Trên Thánh Giá   *Thánh Gioan 19:30*

"Sau khi Đức Giêsu nhấp xong miếng bọt biển có thấm đầy giấm, Người nói: 'Thế là đã hoàn tất!' Rồi Người gục đầu xuống và trao Thần Khí."

Ngắm dài theo Phúc âm Thánh Gioan 19:23-30

❀❀❀❀❀❀❀❀❀

4. Ang Pagpasan ni Jesus sa Kanyang Krus   *Juan 19:16-17*

"Kinuha nila si Jesus. Siya mismo ang nagpasan ng krus at lumabas tungo sa lugar na kung tawagi'y Pook ng Bungo, na sa Hebreo'y Golgotha."

Mas mahabang reperensya sa Biblia: Juan 19:16-22

5. Ang Pagkamatay ni Jesus sa Krus   *Juan 19:30*

"Pagkasipsip ni Jesus ng alak, sinabi niya: 'Natupad na!' At pagkayuko ng ulo'y ibinigay ang espiritu."

Mas mahabang reperensya sa Biblia: Juan 19:23-30

GLORIOUS MYSTERIES

1. The Resurrection of Jesus   *Matthew 28:5-6*
"Then the angel said to the women in reply, 'Do not be afraid! I know that you are seeking Jesus the crucified. He is not here, for he has been raised just as he said. Come and see the place where he lay.'"

Longer Bible reference: Matthew 28:1-10

2. The Ascension of Jesus   *Luke 24:50-51*
"Then he led them [out] as far as Bethany, raised his hands, and blessed them. As he blessed them he parted from them and was taken up to heaven."

Longer Bible reference: Luke 24:44-53

3. The Holy Spirit Comes to the Apostles   *Acts of the Apostles 2:4*
"And they were all filled with the holy Spirit and began to speak in different tongues, as the Spirit enabled them to proclaim."

Longer Bible reference: Acts 2:1-13

MISTERIOSOS GLORIOSOS

1. La Resurrección de Jesús   *San Mateo 28:5-6*
"El Angel dijo a las mujeres: 'Ustedes, no tienen por qué temer. Yo sé que buscan a Jesús que fue crucificado. No está aquí, pues ha resucitado, tal como lo había anunciado. Vengan a ver el lugar donde lo habían puesto.'"

Referencia Bíblica más larga: San Mateo 28:1-10

2. La Ascensión de Jesús   *San Lucas 24:50-51*
"Jesús los llevó hasta cerca de Betania y, levantando las manos, los bendijo. Y mientras los bendecía, se separó de ellos y fue llevado al cielo."

Referencia Bíblica más larga: San Lucas 24:44-53

3. La Llegada del Espíritu Santo   *Hechos de los Apóstoles 2:3-4*
"[Y] aparecieron unas lenguas como de fuego que se repartieron y fueron posándose sobre cada uno de ellos. Todos quedaron llenos del Espíritu Santo y comenzaron a hablar en otras lenguas, según el Espíritu les concedía que se expresaran."

Referencia Bíblica más larga: Hechos 2:1-13

NĂM SỰ MỪNG

1. Chúa Giêsu Sống Lại   *Thánh Mátthêu 28:5-6*
"Thiên thần lên tiếng bảo các phụ nữ: 'Này các bà, các bà đừng sợ! Tôi biết các bà tìm Đức Giêsu, Đấng bị đóng đinh. Người không có ở đây, vì Người đã trỗi dậy như Người đã nói. Các bà đến mà xem chỗ Người đã nằm.'"

Ngắm dài theo Phúc âm Thánh Mátthêu 28:1-10

2. Chúa Giêsu Lên Trời   *Thánh Luca 24:50-51*
"Sau đó, Người dẫn các ông tới gần Bêtania, rồi giơ tay chúc lành cho các ông. Và đang khi chúc lành, thì Người rời khỏi các ông và được đem lên trời."

Ngắm dài theo Phúc âm Thánh Luca 24:44-53

3. Chúa Thánh Thần Hiện Xuống   *Công Vụ Các Tông Đồ 2:4*
"Và ai nấy đều được tràn đầy ơn Thánh Thần, họ bắt đầu nói các thứ tiếng khác, tùy theo khả năng Thánh Thần ban cho."

Ngắm dài theo sách Công Vụ Các Tông Đồ 2:1-13

●●●●●●●●●●

MGA MISTERYO NG LUWALHATI

1. Ang Pagkabuhay ni Jesus   *Mateo 28:5-6*
"Sinabi ng Anghel sa mga babae: 'Huwag kayong matakot; alam kong hinahanap ninyo si Jesus na ipinako sa krus. Wala siya rito; binuhay siya ayon sa kanyang sinabi. Tingnan ninyo ang lugar na pinaglibingan sa kanya.'"

Mas mahabang reperensya sa Biblia: Mateo 28:1-10

2. Ang Pag-akyat ni Jesus sa Langit   *Lucas 24:50-51*
"At lumabas sila ni Jesus hanggang sa may Betania, at itinaas niya ang kanyang mga kamay at binasbasan sila. At habang binabasbasan niya sila, humiwalay siya sa kanila at dinala sa langit."

Mas mahabang reperensya sa Biblia: Lucas 24:44-53

3. Ang Pagdating (o "Pagpanaog") ng Espiritu Santo   *Mga Gawa 2:4*
"Napuspos silang lahat sa Espiritu Santo at nagsimulang magsalita sa ibang mga wika ayon sa ipinagkaloob ng Espiritu na salitain ng bawat isa."

Mas mahabang reperensya sa Biblia: Mga Gawa 2:1-13

4. The Assumption of Mary into Heaven *Revelation 12:1*
"A great sign appeared in the sky, a woman clothed with the sun, with the moon under her feet, and on her head a crown of twelve stars."

Longer Bible reference: Revelation 12:1-6

5. Mary Is Crowned Queen of Heaven *Luke 1:49, 52*
"The Mighty One has done great things for me,
    and holy is his name.

. . . .

He has thrown down the rulers from their thrones
    but lifted up the lowly."

Longer Bible reference: Luke 1:46-55

∞∞∞∞∞∞∞∞∞

4. La Asunción de María al Cielo *Apocalipsis 12:1*
"Apareció en el cielo una señal grandiosa: una mujer, vestida del sol, con la luna bajo sus pies y una corona de doce estrellas sobre su cabeza."

Referencia Bíblica más larga: Apocalipsis 12:1-6

5. La Coronación de María como Reina del Cielo *San Lucas 1:49, 52*
"El Poderoso ha hecho grandes cosas por mí,
    ¡Santo es su Nombre!

. . . .

Derribó a los poderosos de sus tronos
    y exaltó a los humildes."

Referencia Bíblica más larga: San Lucas 1:46-55

4. Đức Maria Lên Trời   *Khải Huyền 12:1*

"Rồi có điềm lớn xuất hiện trên trời: một người Phụ Nữ, mình khoác mặt trời, chân đạp mặt trăng, và đầu đội triều thiên mười hai ngôi sao."

Ngắm dài theo sách Khải Huyền 12:1-6

5. Đức Maria Được Tôn Vinh Nữ Hoàng Thiên Quốc

Thánh Luca 1:49, 52

"Đấng Toàn Năng đã làm cho tôi biết bao điều cao cả,
   danh Người thật chí thánh chí tôn!

. . . .

Chúa hạ bệ những ai quyền thế
   Người nâng cao mọi kẻ khiêm nhường."

Ngắm dài theo Phúc âm Thánh Luca 1:46-55

✦✦✦✦✦✦✦✦✦✦

4. Ang Pag-aakyat kay Maria sa Langit   *Pagbubunyag 12:1*

"May lumitaw na dakilang tanda sa langit: isang babaeng nadaramtan ng araw; nasa ilalim ng kanyang mga paa ang buwan, at korona naman sa kanyang ulo ang labindalawang bituin."

Mas mahabang reperensya sa Biblia: Pagbubunyag 12:1-6

5. Ang Pagkokorona kay Maria bilang Reyna ng Langit   *Lucas 1:49, 52*

"Dakila nga ang ginawa sa akin ng Makapangyarihan,
   banal ang kanyang Pangalan.

. . . .

Pinatalsik niya sa luklukan ang mga makapangyarihan,
   itinampok naman ang mga bale-wala."

Mas mahabang reperensya sa Biblia: Lucas 1:46-55